கதிர் கதைக் கதம்பம் *2021*

சிறுவர் கதைகள்

ஆசிரியர்கள்:

திவ்யா சுப்ரமணியம்,

சுமத்ரா அபிமன்னன்

ர.ரமேஷ்

Tamilunltd10 Maybelle court, Mechanicsburg PA 17050 USA

Iyal Publications No 20, Jalan 9/155, Bukit Jalil Intergrated Business park ,

58200 KL Wilayah Persekutuan

ISBN   979-8-9856875-0-7

நூலின் பெயர்   : கதிர் கதைக் கதம்பம்

                    சிறுவர் கதைகள்

பொருள் :   சிறுகதைத் தொகுப்பு

மொழி   :   தமிழ்

ஆசிரியர்   : திவ்யா சுப்ரமணியம்,

                    சுமத்ரா அபிமன்னன்

                    : ர.ரமேஷ்

காப்புரிமை   : ஆசிரிரியர்களுக்கு

எழுத்துரு   : மைக்ரோசாப்ட் விஜயா

  அச்சகம்   : IngramSpark

  பதிப்பகம்   : Tamilunltd

                    10 Maybelle court, Mechanicsburg PA 17050 USA

                    7177283999

                    tamilunltd@gmail.com

Contents

குறியீடு

ஆக்கம்: திவ்யா சுப்ரமணியம்

மலேசியா

"டேய் எவ்வளவு நேரமா கேள்வி கேட்குறேன். பதில் சொல்லாம கனவு காணுறீயா என்ன? டேய்…", என்று உரக்கக் கத்திக் கொண்டு இருந்தார் புதிதாக வந்தக் காட்சிக் கலைக் கல்வி ஆசிரியர். எதையும் காதில் வாங்கிக் கொள்ளாமல் கண்ணன் மேசையின் மீது தலை சாய்த்துப் படுத்திருந்தான். இறுதி வரிசையில் அமர்ந்திருந்ததால் அவனுக்குச் சரியாக விளங்கவில்லையோ என்று எண்ணிய ஆசிரியர் அவனை நோக்கி நடந்து வந்தார். மற்ற மாணவர்கள் சிரித்துக் கொண்டு இருக்கும் சத்தத்தில் கண்ணன் கண் விழித்தான். ஆசிரியர் அவனை நெருங்கி வந்து அவனுடைய சட்டையிலிருந்த பெயர் அட்டையைப் பார்த்தார். அவனும் அவரைப் பார்த்தான். "ஓ நீ தான் கண்ணனா? சரி சரி", என்று கூறிவிட்டு நகர்ந்தவர், இதற்கு முன் பாடம் போதித்த காட்சிக் கலை

ஆசிரியர் கொடுத்த வீட்டுப் பாடத்தை மாணவர்களிடமிருந்து வாங்கிக் கொண்டிருந்தார். எப்பொழுதும் போல செழியன் வீட்டுப் பாடத்தைச் செய்யவில்லை. வண்ணம் தீட்டாத தன்னுடைய ஓவியத்தைப் புத்தகப் பையிலிருந்து எடுக்க பயந்தான். இந்த வாரமும் ஆசிரியர் வரமாட்டார்; தப்பித்துவிடலாம் என்று எண்ணிய செழியனுக்கு ஏமாற்றமே. வண்ணம் தீட்டிய ஓவியத்தை வீட்டில் வைத்துவிட்டாதாகச் செழியன் ஆசிரியரிடம் மழுப்பினான். முதல் முறையாக அந்த வகுப்பிற்குப் பாடம் போதிக்க வந்ததால் ஆசிரியர் இதுவே முதலும் கடைசியுமாக இருக்க வேண்டுமெனக் கூறி அவனை மன்னித்தார்.

வழக்கம் போல புதிய வண்ணம் தீட்டும் தாட்களை ஆசிரியர் மாணவர்களுக்கு வழங்கினார். அந்த வண்ணம் தீட்டும் தாள் இறுதி வரிசையில் அமர்ந்திருந்த கண்ணனின் மேசைக்கும் வந்து சேர்ந்தது. ஆசிரியர் எந்த நிறத்துடன் கலந்தால் எந்த

நிறம் புதிதாகப் பிறக்கும் என்பதைத் தெளிவாக விளக்கிக் கொண்டிருந்தார். மாணவர்களும் ஆர்வமுடன் ஆசிரியர் சொல்லிக் கொடுப்பதைப் பின்பற்றி வண்ணம் தீட்டினர். வண்ணப் பென்சில் இல்லாத காரணத்தால் செழியன் அங்கும் இங்கும் போராடி வண்ணப் பென்சிலைக் கடன் வாங்கி வண்ணம் தீட்டினான். கண்ணனோ பள்ளியின் இறுதி மணி ஒலிக்காகக் காத்திருந்தான். கண்கள் ஆழ்ந்த உறக்கத்தில் மூழ்க அவன் எதிர்பார்த்த கடைசி மணி அடித்தது.

கண்ணன் தன்னுடைய புத்தகப்பையை மாட்டிக் கொண்டு விரைவாக நடந்தான். தன்னுடைய நண்பன் செழியனுக்குக் கூட சொல்லிக் கொள்ளாமல் வீட்டிற்கு விரைந்தான். அம்மாவின் மோட்டார் வண்டியில் ஏறிக் கொண்டு அம்மாவை இறுக்கிப் பிடித்துக் கொண்டான். அம்மா நேராக வீட்டிற்குப் போகாமல் மளிகைக் கடையில் நிறுத்தினார். மோட்டார் வண்டியிலிருந்து இறங்கிக் கடைக்குள்

செல்லும் முன்பு அம்மாவிடம் வண்ணப் பென்சிலை வாங்கித் தருமாறு கூறினான். அம்மா அவன் கூறியதைப் பொருட்படுத்தவில்லை. அம்மா நேராக ரொட்டி வைத்திருக்கும் இடத்தை நோக்கி நடந்தார். "முதல்ல உனக்குப் பசியாற சாப்பாடு வாங்குவோம். நாளைக்கு உனக்குக் கொடுத்து அனுப்ப வீட்டுல ஒன்னுமே இல்ல. மிச்ச காசு இருந்தா அப்புறம் பார்ப்போம்", என்று கூறி ரொட்டி பையையும் பால் மாவையும் எடுத்துக் கொண்டார். அம்மா எப்பொழுதும் சொல்கின்ற அதே வார்த்தைகளைக் கேட்டதும் இன்றும் வண்ணப் பென்சில் வாங்குவதற்கு வாய்ப்பில்லை தான் என்று எண்ணினான். "வேற எதாவது வேணுமா?", என்று கடைக்காரர் கேட்டது கண்ணனுக்கு அன்று சாதகமாக அமைந்தது. அம்மா எதுவும் சொல்லும் முன் கண்ணன் முந்திக் கொண்டான். மீண்டும் தன் அம்மாவை நோக்கி வண்ணப் பென்சிலை வாங்கித் தருமாறு கெஞ்சினான். அம்மாவும் வேறு

வழியில்லாமல் வண்ணப் பென்சிலை வாங்கிக் கொடுத்தார்.

அவன் அளவில்லா மகிழ்ச்சியில் மூழ்கினான். வீட்டிற்கு வந்ததுமே புத்தகப்பையை எடுத்து சோபாவின் மீது எறிந்துவிட்டு தன்னுடைய மேசையில் பரப்பி வைத்திருந்த வண்ணம் தீட்டும் தாட்களைப் பார்த்து இரசித்துக் கொண்டிருந்தான். "வீட்டுக்கு வந்தோன குளிச்சிட்டு சாப்பிடனும். போ அதே முதல்ல செய்", என்ற அம்மாவின் குரல் அவன் செவிகளுக்கு எட்டவில்லை. எண்ணம் முழுதும் அவனுடைய வண்ணம் தீட்டும் தாட்களின் மீது இருந்தது. "அங்க எதாவது கிறுக்கி வைச்சிருந்த கலரை வாங்கி மறைச்சி வெச்சிருவேன். ஒழுங்கா முதல்ல போய் குளி", என்று இரண்டாவது முறையாக அம்மா கத்தியது கண்டிப்பாக அவனின் காதில் விழுந்தது. அவன் விரைந்து குளித்துவிட்டுச் சாப்பாட்டை விழுங்கினான். "பொறுமையா சாப்பிடு. உனக்கு என்ன அவசரம் இப்போ? நீ அடம்

புடிச்சு கலர் பென்சில் வாங்கி கொடுத்திருக்கேன். அங்கயும் இங்கயும் கிறுக்கி இருந்துச்சு அவ்வளவு தான்", என்று அம்மா கூறியதைக் கேட்டுக் கொண்டே சாப்பாட்டை விழுங்கினான்.

மீண்டும் தன் மேசையின் அருகே வந்து அமர்ந்துக் கொண்டான். அவன் இதற்கு முன் வண்ணம் பூசிய ஓவியங்களைப் பார்த்துக் கொண்டிருந்தான். வண்ணங்கள் பூசினால் ஓவியத்திற்கு உயிர் கொடுக்க முடியும் என்று அவனுக்கு மட்டுமே தெரியும். இன்று அவன் முள்ளங்கிக்கு உயிர் கொடுக்க வேண்டிய நாள். ஆனால், எப்படி உயிர் கொடுப்பது என்றனவனுக்குள் கேள்வி எழுந்தது. அதற்குக் காரணம் அந்த ஓவியத்தில் முள்ளங்கி வெட்டப்பட்ட நிலையில் மேசை மீது கத்தியுடன் வைக்கப்பட்டிருப்பதைப் போல இருந்தது. ஒரு வேளை வண்ணம் தீட்டி விட்டால் அந்த முள்ளங்கிக்கும் உயிர் வந்திடும்; கத்திக்கும் உயிர் வந்திடும். அஃது ஓர் ஓவியம்

மட்டுமே என்று உணர்ந்தும் 'ஐயோ! பாவம் முள்ளங்கி', என்று ஆழ்ந்த யோசனையில் கண்ணன் மூழ்கியிருந்தான். சிறிது நேரத்தில் அவனின் கவலை அவனுக்கே சிரிப்பை மூட்டியது.

கண்ணன் வண்ணப் பென்சிலைப் புத்தகப் பையிலிருந்து எடுத்தான். அதற்குள் செழியனின் வீட்டிலிருந்து யாரோ அடி வாங்கும் சத்தம் கேட்டது. கண்ணன் விரைந்து சமையலறைக்கு ஓடினான். வீட்டின் பின்புறமிருந்து கேட்டால் பின்னால் வீட்டிலிருக்கும் செழியனின் வீட்டில் நடப்பவற்றைத் தெரிந்து கொள்ளலாம். செழியனின் வீட்டுப் பின் கதவு மூடியிருந்தாலும் வீட்டினுள் இருந்து சத்தம் பலமாகவே வந்தது. "எத்தனை தடவ வாங்கிக் கொடுத்தாலும் ஒழுங்கா பாத்துக்க மாட்டுற. காணம ஆகிட்டு இருக்க. இனிமேல வீட்டுப்பாடம் செய்யாம வந்து என் மானத்தை வாங்கிறாத", என்று தன் கோபத்தைக் கொட்டித் தீர்த்தார் புதிதாக வந்தக் காட்சிக் கலைக் கல்வி ஆசிரியராகிய செழியனின்

அப்பா. அவருடைய குரலில் இருந்தே அது உச்சக்கட்ட கோபம் தான் என்று கண்ணன் தெரிந்து கொண்டான். கண்ணனின் மனம் கனத்தது. தன் நண்பனைப் பார்க்க வேண்டுமென எண்ணினான். உடனே புத்தகப்பையை எடுத்துக் கொண்டு செழியனின் வீட்டிற்குக் கிளம்பினான்.

கண்ணன் செழியனைத் தான் பார்க்க கிளம்புகிறான் என்று அம்மா தெரிந்துக் கொண்டார். "டேய் அங்க இப்போ போகாதே. எதாவது நெனச்சிக்க போறாங்க", என்று அவனைத் தடுத்து நிறுத்த அம்மா முயன்றார். "நான் படிக்க தான் மா போறேன்", என்று கூறிவிட்டுக் கிளம்பினான். வீட்டின் வெளியில் வரைக்கும் சென்ற அவனை அம்மா நிறுத்திட விரும்பவில்லை.

கண்ணன் வீட்டின் முன் வந்து செழியனைப் பெயர் சொல்லி அழைத்தான். செழியன் அழுகையை நிறுத்திவிட்டு எதுவும் நடக்காதது போல கதவைத் திறந்து கண்ணனை உள்ளே அழைத்தான். இருவரும்

செழியனின் அறைக்குச் சென்றனர். "என்ன பாடம் சொல்லிக் கொடுக்கனும்", என்று வாடிய முகத்துடன் செழியன் கேட்டான். கண்ணன் எதுவும் பேசாமல் புத்தகப்பையிலிருந்து வண்ணப் பென்சிலை எடுத்துக் கொடுத்தான். செழியன் அதிர்ச்சி அடைந்தான். "அப்போ என்னுடைய கலர் பென்சிலை நீ தான் எடுத்தியா? ஏன் என்கிட்ட சொல்லல? உன்னால தான் ராதா டீச்சர்கிட்ட வாங்கிக் கட்டிருக்கேன். இன்னிக்கு என் அப்பாகிட்டயும் வாங்கிக் கட்டனேன்", என்று சற்று கோபத்துடன் கேட்டான். கண்ணன் அடுத்து என்ன சொல்ல வேண்டும் என்று தெரியாமல் அமைதியாகவே இருந்தான். சிறு அமைதிக்குப் பின், கண்ணன் தன் தவற்றை ஒப்புக் கொண்டான். அவன் தன் பக்கமிருந்த நியாயத்தை எடுத்துரைக்க முயன்றான். "அம்மா எனக்குக் கலர் பென்சில் வாங்கிக் கொடுத்தோனே உங்கிட்ட கொடுத்தறலாம்னு நெனச்சேன்", என்று கூறினான்.

"ஆமா உனக்குத் தான் எந்தக் கலரையும் பார்க்க முடியாதே. கருப்பு வெள்ளைய தவிர.. அப்புறம் எதுக்கு உனக்குக் கலர்? நீ தான் கலரிங் பாடமே செய்யமாட்டியே?", என்று செழியன் கண்ணனின் முகத்தைப் பார்த்து அடுத்தடுத்துக் கேள்விகளைக் கேட்டான். "உன்னோட கலர் பென்சில் பெட்டியில மட்டும் தான் ஒவ்வொரு கலர் பென்சில் மேலயும் என்ன கலர்னு எழுதி வெச்சிருக்கே. அதைப் பார்த்துத் தான் எல்லாத்தையும் கலர் பண்ணுவேன். அதனால தான் உன்னோட கலர் பென்சில எடுத்துகிட்டேன்", என்று சோகமாகக் கூறினான். கண்ணன் செழியனின் வண்ணப் பென்சிலை அவனிடமே திருப்பிக் கொடுத்தான். "பரவாயில்லை. நீயே வெச்சிகோ", என்று செழியன் இரக்கத்துடன் கூறினான். "அப்போ என் அம்மா இன்னிக்கு வாங்கிக் கொடுத்த கலர் பென்சில நீ வைச்சிகோ", என்று கூறி வலுக்கட்டாயமாக புதிய வண்ணப் பென்சிலைச் செழியனின் கையில் கொடுத்தான். அமைதியாக

அவர்களைப் பார்த்துவிட்டு நகர்ந்தார் செழியனின் அப்பா.

சமம்

ஆக்கம் : சுமத்ரா அபிமன்னன்

மலேசியா

கட்டிலில் இருந்து இறங்கி கால்களைத் தரை மீது வைத்ததும்தான் கால்கள் வழுவிழந்து இருப்பதை உணர்ந்தேன். எத்தனை நாட்களை இப்படியே கழித்தேன் என்று தெரியவில்லை. அப்பா வந்ததும் கேட்க வேண்டும் என்று நினைத்துக் கொண்டே சற்றுத் தாவி மீண்டும் கட்டிலில் உட்கார்ந்து கால்களைத் தொங்கவிட்டேன்.

தாதியர்கள் மிக மும்முரமாகத் தங்கள் வேலையில் ஈடுபட்டுக் கொண்டிருந்தனர். வேளை தவறாமல் மருந்தும் உணவும் கொடுத்து எந்தப் பலனும் எதிர்ப்பார்க்காமல் நோயாளிகளைக் குணப்படுத்த மட்டுமே பம்பரமாகச் சுழன்று கொண்டிருக்கும் தாதியர்களைப் போற்ற வேண்டும்

என்று ஆசிரியர் அடிக்கடி பள்ளியில் நினைவுறுத்தியதை நினைவுகூர்ந்தேன். மருத்துவமனையில் நோயாளியாக அனுமதிக்கப்பட்ட பின் தான் ஆசிரியரின் வார்த்தையில் மறைந்துள்ள உண்மையை உணர முடிந்தது.

"கிளம்பலாமா குமாரு", மருத்துவ செலவுத் தொகையைக் கட்டிவர சென்றார் அப்பா. உடல் மட்டுமின்றி மனமும் சோர்ந்திருந்தது. ஆனால், மனத்தில் எங்கோ ஒரு மூலையில் நம்பிக்கை மட்டும் விடாமல் என்னை நகர்த்திக் கொண்டிருந்தது.

"உண்மையாகவே நான் இன்னும் பார்க்கலையா குமாரு..", என் முக வாட்டத்தைப் பார்த்ததும் அப்பா அவராகவே பேச ஆரம்பித்தார். காரை கிளப்பினார். "ஓகே பா. பரவாயில்லை. இப்போ நேரா மாமா வீட்டுக்குப் போய் பார்ப்போம் பா. பாவம் பா..", என்று கூறிக் கொண்டே அப்பாவின் முகத்தைப் பார்த்தேன்.

எந்த ஒரு அசைவுமின்றி அப்பா காரைச் செலுத்திக் கொண்டிருந்தார். அன்றைய காலைப் பொழுது நினைவிற்கு வந்தது.

"ஐயோ இந்தச் சத்தத்தைக் கேட்கவே பிடிக்கலை... இந்தப் பையன் நான் சொன்னா கேட்குறானா?", சரியா என் அறைக்குப் பக்கத்திலே வச்சுட்டான்... ராத்திரியெல்லாம் ஒரே சத்தம். தூக்கமே வரலை. இன்னிக்கு எப்படியாவது ஒரு முடிவு கட்டணும்", முனகிக் கொண்டே சமையலறைக்குச் சென்றார் அம்மா.

"குமாரு, ஸ்கூலுக்கு மணியாச்சு, எழுந்திரு", அம்மாவின் குரல் கேட்டதும் உடனே எழுந்து வீட்டின் கதவைத் திறந்தேன்.

"ஆரம்பிச்சுட்டியா? ராத்திரியெல்லாம் ஒரே சத்தம். என்னைத் தூங்க விடல... உங்களுக்கெல்லாம் என்னைக் கஷ்டப்படுத்தனும்.. எவ்வளவோ சொல்லியும் கேட்க மாட்டிறியே, உங்கப்பா வரட்டும். அவரு மட்டும் நான் சொன்னா கேப்பாரா

16

என்ன?", என்று கத்திக் கொண்டே தன் அன்றாட வேலைகளில் கவனம் செலுத்தினார்.

இதற்கு மேல் வெளியே போனால் அம்மாவின் சத்தம் அதிகமாகிவிடும் என்பதை உணர்ந்து குளிக்கச் சென்றேன். எல்லாம் பார்க்க எவ்வளவு அழகா இருக்கு, ஏன் இந்த அம்மாவுக்குப் பிடிக்கல.. நான் வீட்டுக்குக் கூட்டிட்டு வந்ததிலிருந்தே சத்தம் போட்டுக் கிட்டுதான் இருக்காங்க. என்ன வெறுப்பு அவங்களுக்கு? எப்படியாவது பள்ளிக்குப் போவதற்கு முன்பு குட்டிகளுக்குப் பால் கலக்கி வைக்க வேண்டும்... நினைக்கும் பொழுதே ரொம்ப மகிழ்ச்சியாக இருக்கிறது. அழகழகா வெள்ளை பழுப்பு நிறத்துல மூன்றுக் குட்டிகள்.

காலை மணி 6.50 ஆகிவிட்டது. பால் கலக்க வேண்டும். அம்மா இன்னமும் சமையலறையில தான் இருக்கிறார். மனத்தில் தைரியத்தை வர வைத்துக் கொண்டு "அம்மா, குட்டிகளுக்குப் பால் கலக்கனும்", என்றேன்.

அம்மாவின் பார்வை என்னைச் சுட்டெரிக்கும் அளவு உஷ்ணமானது. அவரின் பார்வையைப் பொருட்படுத்தாமல் மூன்று கரண்டி மாவு பவுடரை ஒரு குவளையில் போட்டு தண்ணீர் ஊற்றி கலக்கிக் கொண்டு வெளியே சென்றேன். என்னைப் பார்த்ததும் என் செல்லப்பிராணி பொன்னிக்கும் அதன் குட்டிகளுக்கும் ஒரே மகிழ்ச்சி... குட்டிகள் பிறந்து இன்றோடு இரண்டு வாரங்கள் ஆகிவிட்டன. இப்பொழுது பாலை நக்கிக் குடிக்க பழகிவிட்டன. குட்டிகளின் பெட்டியைச் சுத்தம் செய்து, புது துணி மாற்றிவிட்டு தட்டில் பாலை ஊற்றி அருகில் வைத்தேன். குட்டிகள் தங்கள் பிஞ்சு நாக்கில் பாலை நக்கிக் குடிக்கும் அழகைப் பார்க்க பார்க்க பிரமிப்பாக இருந்தது.

பள்ளிக்கு மணியாகி விட்டது. இப்பொழுது நடந்தால்தான் சரியாக 7.20க்குப் பள்ளியை அடைய முடியும். பள்ளிக்குச் சென்று வரும் வரை மனமெல்லாம் பொன்னியின் மீதும் அதன் அழகான

குட்டிகளின் மீதும் தான் இருக்கும். அம்மாவினால் குட்டிகளுக்கு ஏதாவது ஆபத்து வந்து விடுமா என்ற பயம் ஒரு பக்கம். ஆனால், அம்மா மிகவும் நல்லவர். எந்த உயிருக்கும் ஆபத்தை ஏற்படுத்த கூடியவர் அல்ல. ஆனால், ஏன் பொன்னியையும் குட்டிகளையும் வெறுக்கிறார்?

ஒருநாள் பள்ளி முடிந்து வீடு திரும்பும் வழியில்தான் பொன்னியை முதலில் சந்தித்தேன். ஒரு காலில் அடிப்பட்டு வயிற்றில் குட்டிகளுடன் பார்த்ததும் என்னை அறியாமல் கண்களில் கண்ணீர் தேங்கின. ஓடி சென்று பொன்னியைத் தூக்கிக் கொண்டு வீட்டிற்கு எடுத்துச் சென்றேன். அப்பொழுதே நான் அறிந்ததுதான்; அம்மா இதை விரும்பமாட்டார்.

பல நாட்களாக நாய் வளர்க்க வேண்டும் என்ற என் ஆசையை அம்மாவுக்காகத்தான் நான் விட்டுக்கொடுத்தேன். ஆனால், அன்று மட்டும் ஒரு தைரியம். ஓர் உயிர் கஷ்டத்தில் இருக்கும் போதும்

அம்மா அப்படி நினைக்கமாட்டார் என்ற எண்ணத்தில் வீட்டிற்கு எடுத்துச் சென்றேன். ஆனால், வீட்டில் பூகம்பமே வெடித்தது. இருந்தாலும் இந்த முறை நானும் சற்றுப் பிடிவாதமாகவே இருக்கவும் அம்மாவினால் ஒன்றும் செய்ய முடியவில்லை. அப்பாவும் எனக்குச் சாதகமாக இருக்கவும் அம்மாவின் கோபம் பொன்னியின் மேல் பாய்ந்தது.

கடந்த இரண்டு வாரமாக இருந்த அந்தக் கோபத்தைப் பங்கு போட்டுக் கொள்ள 3 அழகான குட்டிகளை ஈன்றெடுத்தாள் பொன்னி. அந்த அழகான குட்டிகளைப் பார்த்ததும் அம்மாவின் கோபம் குறையும் என்று நினைத்த எனக்கு ஏமாற்றம் தான்.... மாறாக, மேலும் அதிகரித்ததுதான் மிச்சம். ஏன் அனைவரிடமும் மிகவும் அன்பாகப் பழகக்கூடிய அம்மாவுக்குப் பொன்னியையும் குட்டிகளையும் பிடிக்கவில்லை. அது பிராணியாக இருந்தாலும் அதுவும் உயிர்தானே. வலி அனைவருக்கும் சமம் தானே. அம்மாவும் அதை

புரிந்து கொள்ளும் காலம் வரும். பள்ளிக்கு வேகமாக நடந்தேன்.

பள்ளி முடிந்து வீடு திரும்பியதும் முதலில் சமையலறைக்குதான் சென்றேன். பொன்னிக்குச் சோறு போட்டு விட்டுதான் நான் குளிக்க செல்வது வழக்கம். அம்மாவைச் சமையலறையில் காணவில்லை. அம்மா வரும் வரை காத்திராமல் சோற்றைப் போட்டுக் கொண்டு பின்னால் சென்றேன். பொன்னி மிகவும் வாடிய முகத்துடன் அமர்ந்திருந்தது. பெட்டியில் குட்டிகளைக் காணோம். மனத்திற்குள் பயம் கலந்த படபடப்பு....

"அம்மா.... அம்மா", கத்தினேன். அம்மாவைக் காணோம். "பொன்னி! பொன்னி! எங்கே குட்டிகள் எங்கே போச்சு? யாராவது வந்தாங்களா? சொல்லு", பொன்னியிடம் கேட்டேன்... பதிலைக் காணோம்.. எப்படி பேசும்?, ஐயோ! பதற்றத்தில் என்ன செய்கிறேன் என்றே தெரியவில்லை..... வீட்டிற்குள் ஓடினேன்... அம்மா குளியலறையிலிருந்து வெளியே

வந்தார்.... "என்னடா சத்தம்?", ஒன்றும் நடக்காதது போல கேட்டார்.

"அம்மா குட்டிகளைக் காணோம்...எங்கம்மா?", என்றேன்... "ஓ அதுவா! அதுக்கா இவ்வளவு சத்தம்? உங்க மாமா வந்தாரு.. நாய்க் குட்டி வேணும்னு கேட்டாரு . அதான் கொடுத்தேன்", என்றார் அலட்சியமாக.

கோபம் ஒரு புறம் கவலை கலந்த ஏமாற்றம் ஒரு புறம்.. என் கண்களின் தாரைத் தாரையாக வழியும் கண்ணீரையும் பொருட்படுத்தாமல் அம்மா உள்ளே சென்றுவிட்டார். அம்மாவை விடாமல் துரத்தினேன்.

"அம்மா, அதுங்க குட்டிங்கம்மா. இப்பத்தான் 2 வாரம் மா...அதுக்குள்ள ஏம்மா அம்மாவையும் பிள்ளைங்களையும் பிரிச்சிங்க?", நானும் அம்மாவைப் பின் தொடர்ந்தேன்.

"என்னாது, அம்மா பிள்ளைங்களா? அது நாய்க் குட்டிங்கடா...", அலட்சியமான சிரிப்புடன் வந்த பதில் என்னை மேலும் காயப்படுத்தியது. கட்டிலில் சாய்ந்தேன். அழுதேன் அழுதேன்...அப்படியே தூங்கிப் போனேன். நேரம் போனதே தெரியவில்லை.

கண்களைத் திறக்க முயன்றேன்.. முடியவில்லை. கைகளைத் தூக்க முடியவில்லை. எனக்கு என்ன ஆயிற்று? "அம்மா! அம்மா!" மெதுவான குரலில் கூப்பிட முயற்சித்தேன். "என்னப்பா ஆச்சு? உடம்பு இப்படி கொதிக்குது?", நான் மருத்துவமனையில் அனுமதிக்கப்பட்டேன். டெங்கு காய்ச்சல் நோயாளியானேன். தனி அறையில், யாரும் என்னுடன் இருக்க முடியாது. அன்றாடம் அம்மாவிடமிருந்து வீடியோ கால் வரும். கண்ணீர் மட்டும் தான் பேசும். நோயின் ஆதிக்கமும் பொன்னியின் குட்டிகளின் நினைவும் என்னை வாட்டியது.

"எத்தனை நாளா நான் ஆஸ்பிட்டலல்ல இருந்தேன் பா?", காரில் வெகு நேரம் தொடர்ந்த மௌனத்தைக் கலைத்தேன்.

"பத்து நாட்களா ஆச்சு யா, பாவம் உங்கம்மா உன்னைப் பார்க்காம ரொம்ப கவலை பட்டாங்க". சோர்ந்த குரலில் கூறினார் அப்பா. அம்மாவைப் பற்றி நான் கேட்காதது அப்பாவிற்கு வருத்தத்தை அளித்திருக்கும் என்பதை ஊகித்தேன்.

"முதல்ல வீட்டுக்கு போவோம், உடம்பை முதலில் பாரு ஐயா, நாளைக்கு உங்க மாமா வீட்டுக்குப் போய் குட்டிகளைக் கொண்டு வரலாம்", என்றார். உடல் பாதி குணமடைந்தது. அப்பாவுக்கு மனதிலேயே நன்றி கூறினேன்.

இருந்தாலும் வீட்டிற்குச் செல்ல மறுத்தது மனம். அப்பாவிடம் கெஞ்சி கேட்கலாமா என்று நினைத்தேன். பேசக் கூட தெம்பில்லாத நிலையில் அப்பா சொல்வதைக் கேட்பதுதான் நல்லது என்று எண்ணி அமைதி கொண்டேன். அப்பா எனக்கு
24

எப்பொழுதுமே பக்கபலமாக இருப்பார் என்று தெரியும். அப்பா கண்டிப்பாக அம்மாவின் செயலைக் கண்டு கோபப்பட்டிருப்பார்.

வீட்டிற்கு வந்தோம். பொன்னியில்லாமல் வீடு எப்படி இருக்குமோ தெரியவில்லை. பொன்னியின் குட்டிகளுக்காக நான் சுயமாகத் தயார் செய்த அட்டைப் பெட்டி வீடு வாசலிலேயே இருந்தது. தூக்கி வீசுவதற்காகக் கூட அதைத் தொடுவதை அம்மா விரும்பமாட்டார் என்பது அறிந்தது தான். எப்படியாவது இன்று இரவுக்குள் அப்பாவிடம் பேசி மாமா வீட்டிற்குச் செல்ல வேண்டும் என்று மனதில் முடிவெடுத்தேன்.

வாசலில் அம்மா நிற்கிறார்.. கைகளில்.!

ஆம் அவர் கைகளில் பொன்னியின் குட்டிகள். நாய் பக்கத்தில் வர மறுத்த என் அம்மாவின் கைகளில் நாய் குட்டிகள். "நான் உன்னைப் பிரிந்து இருக்கும் போதுதான் அந்தக் கஷ்டத்தை உணர்ந்தேன் ஐயா குமாரு. இதுக்கு மேல பொன்னியையும்

25

குட்டிகளையும் பிரிக்க மாட்டேன் ஐயா”, என்றார் கலங்கிய கண்களோடு என் அம்மா. அம்மாவைக் கட்டி அணைத்தேன்.

அம்மாவின் அணைப்பில் குட்டிகள். .

செல்ல மகள்

ஆக்கம் : ர.ரமேஷ்

இந்தியா

"யப்பா! யப்பா! எங்க பள்ளிக்கூடத்துல எல்லாரையும் ஒரு வாரம் கழித்து சுற்றுலா கூட்டிட்டுப் போறாங்கப்பா.. ஒரு வாரம் சுற்றுலாவாமாம்ப்பா... நானும் போகவாப்பா??", என்று கூறிக் கொண்டே தனது புத்தகப் பையைத் தூக்கி வீசியபடி ஓடி வந்தாள் செல்ல மகள் அருந்ததி....

அருந்ததி குக்கிராமத்தில் வாழும் ஏழை விவசாயி முருகனின் மகள் தவமிருந்து பெற்ற மகள். அவளின் தந்தையோ விவசாயி. அவரின் வருமானம் அன்றாடம் உணவிற்கும் செலவுக்குமே சரியாக இருக்கும்... அவளின் அம்மா கலாமணி தன் பங்கிற்குக் கிடைக்கும் சின்ன சின்ன வேலைகளைச் செய்து குடும்பத்தைக் கவனித்து வந்தாள்...

"என்னடி பைய இப்படி வீசிட்டு போறவ", என்று கேட்க, காதில் விழாதது போல் சென்றாள் அருந்ததி... "யப்பா பள்ளிக்கூடத்துல சுற்றுலா கூட்டிப் போறாங்கப்பா நானும் போகவா?", என்று குழந்தை போல அப்பாவிடம் கேட்க... வீட்டிற்கு ஒரே மகள் செல்ல மகள் என்பதால் அப்பாவும் சுற்றுலா செல்ல "எவ்வளவு ரூவா ஆகும்", என்று கேட்க மகளோ "ஆயிரம் ரூவா ஆகும்ப்பா", என்று பிஞ்சு முகத்தில் புன்னகையுடன் கூறினாள்.. முருகேனோ சிறிது நேரம் யோசித்துப் பார்த்துக் கொண்டிருக்க, அவள் கூறியது கலாமணி காதில் விழ, "என்னடி சொல்ற ஆயிரம் ரூவாவா? கொஞ்சம் மனசாட்சியோட பேசுடி.. ஆயிரம் ரூவா இருந்தா நம்ம வீட்ல மழை வந்தா உள்ள தண்ணி வராம இருக்க சரி பன்னிருவேன்.. உங்க அப்பனக்கு அப்ப அப்ப ஓடம்பு முடியாம போகுது.. என்னனு ஆஸ்பத்திரியில போய் பாத்துட்டு வந்துருவன். போட்டுக்க நல்ல துணி மணி வாங்கிருவேன், என்று அடுக்கிக் கொண்டே போனாள் அம்மா... அதைக்

கேட்ட செல்ல மகளுக்கு முகம் வாடியது. யாரிடமும் பேசமால் அமைதியாக இருந்தாள். அம்மா சாப்பிட பலமுறை அழைத்தும் எதற்கும் செவி சாயிக்கவில்லை அருந்ததி. அவள் கண்களில் நீர் வர அதைக் கவனித்த முருகன் மகளை அழைத்து மடியில் அமரவைத்து, "என் மக எதுக்கும் முகம் வாடி போகக்கூடாது, அழக்கூடாது.. எப்பவும் முகத்துல சிரிப்பு இருந்துகிட்டே இருக்கனும். நீ ஒன்னும் கவலைப்படாத, ஆயிரம் ரூவா தான.. நான் பாத்துக்குறேன் கண்ணு, நீ கண்டிப்பா சுற்றுலா போவ.. நான் ரூவா தாரேன்", என்று சமாதானப்படுத்திச் சாப்பிட வைத்தான் முருகன். மகிழ்ச்சியடைந்த அருந்ததி முருகனின் மடியிலேயே உறங்கி போனாள். மெல்ல அருகில் வந்தக் கலாமணி "என்னங்க, அவதா சின்னப் புள்ள விவரம் இல்லாம கேக்குறா.. நீங்களும் சரின்னு சொல்லி தூங்க வச்சுட்டீங்க.. அப்பறம் போற அப்ப இல்லனு சொன்னா மனசு உடைஞ்சு போயிருவா.. வேணாமுங்க.. காலையில இப்ப வேணா இன்னொரு

வருஷம் போலாமுன்னு சொல்லிக்கலாம்", என்று சொல்ல, "அடப் போடி கிறுக்கச்சி.. புள்ள இல்லாம தவமா தவமிருந்து கிடைச்ச புள்ள. ஆசையா வந்து அப்பன்கிட்ட கேக்குது ,அத போய் முடியாதுனு சொல்ல சொன்னா புள்ள தாங்கிக்குமா. அதும் இல்லாம பள்ளிக்கூடத்துல புள்ளைங்க எல்லாம் நாளைக்குச் சுற்றுலா போய்ட்டு வந்தா அத பத்தியே பேசுங்க. கேக்குற நம்ம புள்ள ஏங்கி போய்யிற மாட்டா.. நானும் போயிருந்தா எல்லாம் பாத்துருக்கலாமுன்னு ஏங்கி தவிச்சு போய் நம்மகிட்ட வந்து சொல்லும். அப்படி சொல்லிறக் கூடாதுனு தான் நான் பாத்துக்குறேன்னு சொன்ன..", என்று கூற, "என்னமோ போங்க.. எனக்கு ஒன்னும் புரியல.. நீங்களும் உங்க புள்ளையையும், என்னமோ பண்ணிக்கோங்க", என்று கூறிவிட்டாள் கலாமணி.

"கவலைப்படாத மணி.. நம்ம வயல் இருக்கும் போது என்ன கவலை நல்லா விளஞ்சு நிக்குது அத அறுவடை செஞ்சா நல்ல லாபம் கிடைக்கும். அதுல

வரத வச்சு புள்ளைய சுற்றுலா அனுப்பலாம்", என்று கூறிவிட்டு முருகனும் அப்படியே உறங்கி போனான்..

காலையில் அருந்ததி வழக்கம் போல் பள்ளிக்குக் கிளம்ப மீண்டும் ஒரு முறை அப்பாவிடம் கேட்டாள்...

"யப்பா கண்டிப்பா என்ன சுற்றுலாக்கு அனுப்புவல்ல? அப்பறம் முடியாதுனு சொல்லிற மாட்டயே?", என்று கேட்டாள்.

முருகனும் "இல்லை புள்ள கண்டிப்பா உன்ன அனுப்புறன்.. இப்ப பள்ளிக்கூடத்துக்குப் பாத்துப் போய்ட்டு வா", என்று வழியனுப்பி வைத்தான். அவளும் மிகவும் மகிழ்ச்சியாகப் பள்ளிக்குச் சென்றாள். பள்ளி சென்ற அருந்ததி தோழிகளிடம் "நானும் உங்களுடன் சுற்றுலா வருவேன்", என்று கூறிக் கொண்டிருந்தாள். என்றும் இல்லாத மகிழ்ச்சி அவளுக்கு.

"இன்னும் இரண்டு நாட்களில் அறுவடை பண்ணனும் இல்லனா முடியாது", என்று புலம்பியபடி வயல் பக்கம் சென்று பாப்போம் என்று புறப்பட்டான்... வயலைச் சென்று பார்த்தான். பயிரும் நல்ல செழிப்பாக இருந்தது. பயிருக்கு என்ன செய்ய வேண்டுமோ அனைத்தும் செய்துவிட்டு வீடு திரும்பினான். அவனும் வீடு வர செல்ல மகளும் பள்ளி முடிந்து வீடு வந்தாள். "யப்பா! யப்பா! எங்க இருக்கப்பா?", என்று கூவிக் கொண்டே வர, எதிரே வந்தான் முருகன். "ஏம்புள்ள இப்படிக் கூவிக்கிட்டே வரவ? "யப்பா நீ சொன்னனு நான் பள்ளிக்கூடத்துல எல்லார்கிட்டயும் சொல்லிட்டன். நீ மட்டும் எனக்கு ரூவா தரல அப்புறம் நான் என்ன பண்ணுவேனு எனக்கே தெரியாது..", என்று கூறிவிட்டு, "யப்பா நான் செல்வி வீட்டுக்கு போறன். பிறகு வரேன்", சொல்லிவிட்டு அங்கிருந்து மறைந்தாள் அருந்ததி...

புள்ளையின் மிரட்டலைக் கேட்ட முருகன் சிரித்தபடி ரசித்தான்...

வழக்கம் போல் அனைவரும் சாப்பிட்டுவிட்டு உறங்கினர்...

கனவிலும் தன் பிள்ளை மிரட்டுவது போன்று கனவு கண்டு சிரித்துக் கொண்டிருந்தான் முருகன்...

மறுநாள் காலை வயலுக்குச் சென்று கொண்டிருக்கும் போது ஊரில் அனைவரும் பயிருக்குப் புதிதாக தெளிக்கப்பட்ட மருந்தைப் பற்றிப் பேச முருகனுக்கு ஒன்றும் புரியவில்லை. அவன் நண்பன் செல்வத்திடம் "அடேய் செல்வா! என்னாச்சு? என்ன நடக்குது? இங்க ஏன் எல்லாரும் இப்படி பேசிட்டு அப்படியும் இப்படியுமா ஓடிக்கிட்டு இருக்காங்க? என்னடா ஆச்சு? கொஞ்சம் சொல்லு", என்று கேட்க... "அடேய் முருகா! நம்ம பயிருக்கு புதுசா ஒரு மருந்து வந்துச்சுனு அத வாங்கி தெளிச்சோம்ல அது உண்மை இல்லையா பொய்யான மருந்தாமாடா.. அதனால பயிரெல்லாம் வீணாப் போகுதாம்", என்று கூற முருகனுக்கு ஒரு நிமிடம் இதயமே நின்று விட்டது. மயக்கம் போட்டு

கீழே விழ செல்வம் தண்ணீர் தெளித்து மயக்கம் கலைத்து விசாரித்தான். "என்னடா ஆச்சு? ஏன் உடம்பு எதும் சரியில்லையா?", என்று கேட்டான் செல்வம்... தலையில் அடித்தபடி "அடேய் நானும் அந்த மருந்த வாங்கி என் பயிருக்குத் தெளித்து விட்டேனே!", என்று வாயிலும் வயித்துலையும் அடித்துக் கொண்டு வயலுக்குச் சென்றான் முருகன்.

பெரும் அதிர்ச்சி. அவன் பயிரெல்லாம் வீணாகிவிட்டது. தெளித்த மருந்தின் விபரீதம். என்ன செய்வதென்று ஒன்றும் புரியாமல் அழ ஆரம்பித்தான் முருகன். "இத நம்பித்தானே எம்புள்ளைக்கு வாக்குக் கொடுத்த.. இப்ப இப்படி ஆயிருச்சே! நான் எங்க போய் சொல்லுவன்", என்று கதறி அழுது கொண்டிருந்தான். அங்கு வந்த செல்வம் முருகனைச் சமாதானப்படுத்தி "எல்லாம் சரி ஆகிடும்.. கவலைப்படாத முருகா, சரி பண்ணிரலாம்", என்று ஆறுதல் கூற அவனிடம் நடந்தது அனைத்தையும் கூறினான் முருகன். "சரிப்பா நீ சொல்றதும் நியாயம்

தான்.. ஆனாம் இப்படி ஆகும்னு நாம என்ன கனவா கண்டோம். சரி விடுப்பா வேற ஏதாவது பன்னலாம்..", சொல்லிக்கொண்டு அவனும் சென்றான்.

மனமுடைந்த முருகன் வீட்டிற்குச் சென்று நடந்தவற்றை எல்லாம் கலாவிடம் கூறினான்.. அவளும் முருகனுக்கு ஆறுதல் கூற, "விடுங்க சரி ஆயிடும்.. இனி அந்த மருந்த வாங்க வேணாங்க.. வேற ஏதாவது பன்னலாம்", என்று சொன்னாள். ஆனால், முருகனோ "அது இல்லடி சரி பண்ணிக்கலானு எனக்கும் தெரியும்.. எம்புள்ள வந்து கேட்ட நான் என்ன சொல்லுவன்? இன்னும் இரண்டு நாள்ல சுற்றுலா கூட்டிப் போக போறாங்கன்னு சொல்லிட்டு எவ்ளோ சந்தோசமா போனா.. இப்ப வந்து கேக்கும் போது இப்படி சொன்னா எம் புள்ள மனசு ஓடஞ்சு போய்யிற மாட்டா? அதுக்குத்தான் என்ன பண்றதுனு தெரில", என்று புலம்பிக் கொண்டிருக்கும் போதே பள்ளி முடிந்து அருந்ததி

வர, மீண்டும் அதையே சொல்ல முருகனும் "சரி புள்ள கண்டிப்பா போவம்மா. போய் விளையாடு புள்ள", என்று சொல்ல அவளும் ஆனந்தமாக விளையாட சென்று விட்டாள்...

"இரண்டு நாள்ல எப்படி ஆயிரம் ரூவா புரட்டுவனு தெரியலையே", யோசிக்க ஆரம்பித்தான் முருகன்.

நாள் நெருங்க நெருங்க அருந்ததி அதைப் பற்றியே பேசிக் கொண்டிருக்க... திடீரென்று முருகன் பயிர் விடயமாக நான் வெளியூர் போற வர இரண்டு நாள் ஆகும். நான் போய்ட்டு வரேன் அதுவரைக்கும் நிலத்தைப் பாத்துக்கோங்கனு சொன்னான். "யப்பா பள்ளிக்கூடத்துல் சுற்றுலா கூட்டிபோறாங்கன்னு சொன்னல.. நீ இப்ப போறன்னு சொல்ற, நான் எப்படிப்பா போவன்", செல்ல மகள் கேட்க, "நான் இரண்டு நாளைக்குள்ள வந்துருவ புள்ளா கவலைப்படாத புள்ள.. அப்பா வந்துருவேன்", எனக் கூறிக் கொண்டு தன் பயணத்தைத் தொடர்ந்தான்

முருகன். செல்வமும் முருகனும் பக்கத்து ஊரில் உள்ள தொழிற்சாலையில் வேலை செய்தனர். இரண்டு நாட்கள் கடுமையாக உழைத்த முருகன் சரியான தூக்கமும் சாப்பாடும் இல்லாமல் தன் மகளுக்காகக் கடுமையாக உழைத்து ஆயிரம் ரூவா சம்பாரித்துவிட்டான்..

ஆயிரம் ரூவா கிடைத்ததும் ஊருக்கு இருவரும் புறப்பட்டனர். முருகன் படும் கஷ்டங்களை எல்லாம் பார்த்து விட்டாள் அருந்ததியின் தோழி...

வீட்டிற்கு வந்த முருகனை மனைவி கலா நலம் விசாரிக்க, முருகன் தன் செல்ல மகளைத் தேடினான். அவள் விளையாட சென்றதால் இப்பொழுது வரமாட்டாள் என்று கூறினாள் கலா.

பயணம் செய்த களைப்பில் நன்றாக அயர்ந்து தூங்கிவிட்டான். விளையாடச் சென்று வீடு திரும்பிய அருந்ததி அப்பாவைப் பார்த்ததும் மகிழ்ச்சியடைந்தாள். நாளை சுற்றுலா செல்ல வேண்டும் என்ன இவர் இப்படி தூங்குகிறார், என்று

முருகனை எழுப்ப முயன்று தோற்றுப்போனாள். அப்பாவின் மீது கோபம் கொண்ட மகள் எதுவும் சாப்பிடாமல் அழுகையில் உறங்கிப் போனாள்...

காலை பொழுது விடிந்தது முருகனுக்கு முன் மகள் எழுந்து கொண்டாள். ஒரு வழியாக அப்பாவை எழுப்பி "இன்று நான் சுற்றுலா செல்ல வேண்டும் நான் கேட்ட ரூவா எங்கே", என்று கேட்க முருகனும் எடுத்துக் கொடுத்தான். கலா எதுவும் கூறாமல் அமைதி காத்தாள். மிகுந்த மகிழ்ச்சியுடன் பள்ளி சென்றாள் அருந்ததி.

சுற்றுலா செல்ல எல்லோரும் தயாராகிக் கொண்டிருக்க, அவளின் தோழி ஒருத்தி மட்டும் சுற்றுலாவுக்கு வரவில்லை. அவள் அருகில் சென்று கேட்டாள், "நீ மட்டும் இன்னும் ஏன் புறப்படாமல் இருக்கிறாய்? வா போகலாம்", என்று அழைத்தாள். அவளோ "நான் வரல.. எங்கிட்ட அவ்வளவு ரூவா இல்ல.. நீ போய் வா", என்று கூற அருந்ததியோ சிரித்தாள். "ஏன் சிரிக்கிற", என்று வெகுளியாகக்

கேட்க "என்கிட்ட கூடதா ரூவா இல்ல.. எங்க அப்பா கிட்ட சொன்ன அவர்தான் கொடுத்தார்.. நான் கேட்ட என்னவேனா செய்வாரு எங்க அப்பா", என்று பெருமை பட்டுக்கொள்ள... அவள் தோழியோ" நீ இப்படி பெருமையா சொல்லுறதுக்கு உங்க அப்பா எவ்ளோ கஷ்டபட்டாருன்னு எனக்குத்தான் தெரியும்", என்று அவர் இரண்டு நாட்கள் பட்ட கஷ்டத்தை மொத்தமாகத் தோழி கூற, அருந்ததி கண்களில் கண்ணீர் பெருக்கெடுத்து ஓடியது. வேகமாக வீட்டை நோக்கி ஓடினாள். சுற்றுலாவுக்குக் கொண்டு சென்ற பையைத் தூக்கி வீசினாள்.

சத்தம் கேட்டு திடுக்கிட்டு எழுந்த முருகன், "ஏம்புள்ள என்னாச்சு? இன்னும் நீ போகலையா? இங்க இருக்குறவ.. சீக்கிரம் போ அவுங்க எல்லா போய்டப் போறாங்க", என்றான் முருகன்... எதுவும் கூறாமல் அமைதியாக நின்று கொண்டிருந்தாள். மீண்டும் முருகன் கூற ஓடி வந்து முருகனைக் கட்டி

அணைத்தாள் மகள். அப்படியொரு அழுகை முருகன் எவ்வளவோ கூறியும் அழுகை நிற்கவில்லை.

"யப்பா என்ன மனுச்சுருப்பா. நீ இந்த ஆயிரம் ரூவா சம்பாதிக்க எவ்ளோ கஷ்டப்பட்டனு எனக்குத் தெரியும்ப்பா. நான் சுயநலமா இருந்துட்டன்ப்பா.. என்னோட ஆசை நடந்தா போதும்னு இருந்துட்டேன்பா. உன் நிலைமையைக் கொஞ்சம் கூட புருஞ்சுக்காம நான் சந்தோசமா இருந்துட்டா போதும்னு இருந்துட்டேன்பா.. என்ன மனுச்சுக்கப்பா... சுற்றுலா என்னப்பா சுற்றுலா! நான் உன்ன சுத்துனா அதுதா எனக்கு இன்பச் சுற்றுலா. என் உலகமே நீதாம்ப்பா.. உன்ன சுத்துனா நான் உலகத்தையே சுற்றுலா போய்ட்டு வந்த மாதிரிப்பா..", என்று அழுகையோடு கூறினாள் அருந்ததி.

இதைக் கேட்ட முருகனின் கண்களில் கண்ணீர். "அப்படிலா இல்ல புள்ள.. உன் சந்தோசம் தான் எங்க சந்தோசம் புள்ள.. போய்ட்டு வா புள்ள..", என்று கூற

"இல்லப்பா நான் போகல.. உன்ன விட்டு நான் எங்கயும் போக மாட்டப்பா.. போனா எல்லாரும் சேர்ந்து போலாம்.. இல்லனா வேனாப்பா", என்று கூறினாள். "ஏன் புள்ள இப்படி சொல்ற.. நீ சந்தோசமா போய்ட்டு வரத்தான நான் ரூவா கொடுத்த.. இப்ப இப்படி சொல்றவ", நீ இந்த ரூவா சம்பாதிக்க எவ்வளவு கஷ்டப்பட்டனு எனக்குத் தெரியும்ப்பா. அத மறந்துட்டு நான் எப்படிப்பா சந்தோசமா போவ. நீ கஷ்டப்பட்டு சம்பாதிச்சு நான் சந்தோசமா இருக்கவா.. வேணாம்பா.. நம்ம எல்லாரும் சந்தோசமா இருப்போம்பா", என்று கூறினாள்.

இதைக் கேட்ட முருகன் நெகிழ்ச்சியில் உறைந்து போனான். முருகன் கண்களில் ஆனந்தக் கண்ணீர் பெருக்கெடுத்து ஓடியது. கலாவோ மகளைக் கட்டியணைத்து முத்த மழை பொழிந்தாள். "எங்க அப்பா தான் இந்த ஊர்லயே ரொம்ப நல்லவர்.. என் அப்பாக்கு நிகரா யாரும் இல்லை.. எனக்குக் கிடைத்த அப்பா யாருக்கும் கிடைக்க மாட்டாங்க", என்று

41

உரக்கச் சொன்னாள்.. அனைத்தும் கேட்ட முருகன் தன் செல்ல மகளைக் கண்டு செய்வதறியாது மகிழ்ச்சிக் கடலில் மூழ்கிப் போனான்.

முற்றும்......

ஆசிரியர்களைப் பற்றி

திவ்யா சுப்ரமணியம்

மலேசியா

வணக்கம். நான் திவ்யா சுப்ரமணியம். நான் மலேசியா நாட்டில் மலாயாப் பல்கலைக்கழகத்தில் பயில்கிறேன். எனக்கு இடைநிலைப்பள்ளி தொடங்கி சிறுகதைகளை எழுதவும் வாசிக்கவும் பிடிக்கும். ஆனால், சிறுவர் சிறுகதைகளை இதற்கு முன் எழுத முயற்சி செய்ததில்லை. 'குறியீடு' எனும் சிறுவர் சிறுகதை நான் எழுதிய முதல் சிறுவர் சிறுகதை ஆகும். இந்தப் போட்டிக்காக நேரம் ஒதுக்கி செதுக்கிய கதை என்று கூட குறிப்பிடலாம்.

இச்சிறுகதைகையின் கருப்பொருளைத் தேர்ந்தெடுக்கக் காரணம் சிறுவர்களின் அறியாமையை வெளிப்படுத்தவற்காக ஆகும். மேலும், மன்னிப்போம் மறப்போம் என்பதைச் சிறுவர்களுக்கு இயல்பாகவே சிறுவயதிலேயே தெரிந்திருக்க வேண்டும் என்பதனை உணர வைக்க இந்தக் கருப்பொருளைத் தேர்ந்தெடுத்தேன்.

இச்சிறுகதைக்காக எனக்கு முதல் நிலை பரிசு பெற்றது மகிழ்ச்சியாக இருந்தாலும் அதை விட பேரின்பமாக என்னுடைய முயற்சிக்கான வெற்றியாக தான் இந்த 'குறியீடு ' எனும் சிறுவர் சிறுகதையைப் பார்க்கிறேன். இவ்வகையில் என்னுடைய முயற்சிகளைக் கண்டு என்னை எப்பொழுதும் ஊக்கமளித்து வரும் அனைத்து உறவுகளுக்கும் என்னுடைய நன்றியைச் சமர்பிக்கிறேன். நன்றி.

சுமத்ரா அபிமன்னன்

தமிழ் ஆசிரியை மலேசியா

வணக்கம்.

சமம் என்ற சிறுவர் சிறுகதை இரண்டாம் நிலை பரிசு பெற்றதில் பெரும் மகிழ்ச்சியடைகிறேன்.

சாகசம், மாயஜாலம் மற்றும் மந்திர வித்தைகள் அடங்கிய கதைகளையே சிறுவர் கதைகளாக இருக்க வேண்டும் என்ற எண்ணத்தை மாற்றும் நோக்கில் தான் இச்சிறுகதையை எழுதினேன். எல்லா

உயிர்களிடத்தும் சமமான அன்பு செலுத்தும் பண்பு சிறுவயது முதலே குழந்தைகளுக்குக் கற்று தர வேண்டிய பண்பாகும். ஆகவே, என்னுடைய இச்சிறுகதையை வாசிக்கும் சிறுவர்கள் எல்லா உயிர்களிடத்தும் அன்பு செலுத்துவதின் அவசியத்தை உணர்வார்கள் என்று பெரிதும் எதிர்ப்பார்க்கிறேன். வாய்ப்பிற்கு நன்றி.

ர. ரமேஷ்

இந்தியா

என் பெயர் ர. ரமேஷ்

நான் கவிஞரும், எழுத்தாளரும் ஆவேன்

நான் எழுதிய செல்ல மகள் என்னும் இந்த சிறுகதை மூன்றாமிடம் பிடித்தது மிக்க மகிழ்ச்சியாக உள்ளது. எனது இந்த சிறுகதையை வாசிக்கும் குழந்தைகள் தந்தை படும் கஷ்டத்தை புரிந்து கொள்வார்கள் என்று நினைக்கிறேன்...

வாய்ப்பிற்கு நன்றி

மலேசிய இயல் பதிப்பகம்

2020ஆம் ஆண்டுக்கான அனைத்துலகச் சிறுவர் சிறுகதை போட்டியினை மலேசிய இயல் பதிப்பகம் அமெரிக்க தமிழ் அநிதம் நிறுவனத்துடன் இணைந்து நடத்தியது. இப்போட்டியில் இளைஞர்கள் பலரும் கலந்து கொண்டு சிறப்பான முறையில் தங்களின் எழுத்துத் திறனை வெளிகாட்டினர்.

எழுத்துத்துறையில் சாதிக்க வேண்டும் என்று தள்ளாடிக் கொண்டிருக்கும் இளைஞர்கள் பலருக்குத் தளமமைத்துக் கொடுக்கவே 2020ஆம் ஆண்டு இயல் பதிப்பகத்தில் முதல் நிகழ்ச்சி தொடக்கம் கண்டது. நால்வரின் கூட்டணியில் தமிழ் எழுத்துலகில் இளையோருக்கு என்ன தேவை என்ற வினாவில்

தொடங்கியது தான் இந்நிகழ்ச்சி. அதன் தொடர்ச்சி, இன்று சிறுகதை எழுத ஆர்வம் கொண்டிருப்போருக்கு வெண்பலகை, புதுக்கவிதை வரைய எண்ணுவோருக்குக் கரும்பலகை, வானொலி நாடகம் எழுதும் பயிற்சி, குறுங்கதை பயிலரங்கம், சிறுவர் சிறுகதைகள், சிறுகதை திறனாய்வு, வலைப்பூ & அகப்பக்கப் பயிலரங்கம், என வளர்ந்து கொண்டே தனது பாதையை விரிவுப்படுத்தியது.

2020 ஆம் ஆண்டு இயல் பதிப்பகமாகத் தன் செயல்பாட்டைத் தொடங்கி, 2022 ஆம் ஆண்டில் முறைப்படி பதிவு இலாகாவில் பதிவு பெற்ற இயக்கமாக 'இளையோரிடமிருந்து இளையோருக்காக' எனும் வாசகத்தோடு உதயமாகி இருக்கிறது மலேசியத் தமிழ் இயல் எழுத்தாளர் மன்றம். முத்தமிழின் இயல், இசை, நாடகத்தில் இயல் என்பது எழுத்தினைக் குறிக்கும். இப்படியாக, எழுத்தாளர்களை உருவாக்கும் முக்கிய நோக்கில் இயல் மன்றம் செயல்பட்டுக் கொண்டிருக்கிறது.

அவ்வகையில், இளையோருக்கு என்ன தேவை, இடைநிலைப்பள்ளி மாணவர்களுக்கு என்ன தேவை என்பதையெல்லாம் சீர்தூக்கிப் பார்த்துச் செய்து கொண்டிருப்பவர்கள் அனுபவமிக்கவர்கள் அல்ல. எழுத்துத்துறையில் சாதித்துவிட வேண்டும் எனத் துடித்துக் கொண்டிருக்கக்கூடிய இளைஞர்கள்தாம். தங்கள் பயணத்தில் சாதிக்க விரும்பும் இளைஞர்களையும் கைப்பிடித்து அழைத்துக் கொண்டு வழிக்காட்டியாகவும் வருகிறார்கள்.

அவ்வகையில், விரைவில் இயல் எழுத்தாளர்களின் நூல் வெளியீடும் நடைபெறவுள்ளது. ஒவ்வொரு மாதமும் இயலின் இயல்வது கரவேல் மின்னிதழ் இளைஞர்களின் படைப்புகளைத் தாங்கி வருகிறது. பல படைப்புகள் மலேசிய நாளிதழ்களிலும் வெளிவந்து கொண்டிருக்கின்றன. வானொலி நாடகமாகவும் வானொலி சிறுகதையாகவும் இயலின் படைப்பாளர்கள் எங்கெல்லாம் தளங்கள்

இருக்கின்றனவோ அங்கெல்லாம் தங்களின் திறமையை வெளிக்காட்டிக் கொண்டிருக்கிறார்கள். அதுவே இயலின் மாபெரும் வெற்றி என்றே வர்ணிக்கலாம். ஓர் இயக்கம் இயங்குகிறது என்பது முக்கியமல்ல, இயக்குகிறது என்பதுதான் மிக அவசியமாகிறது. இளம் எழுத்தாளர்களுக்குத் தளம் அமைத்துக் கொடுப்பதில் மலேசியத் தமிழ் இயல் எழுத்தாளர் மன்றம் பெருமிதம் கொள்கிறது.

இயலின் செயல்பாடுகளைப் பின் தொடருங்கள்; இணைந்தே பயணிப்போம்.

'இளையோரிடமிருந்து இளையோருக்காக'

நன்றி,

மலேசியத் தமிழ் இயல் எழுத்தாளர் மன்றம்